பெரிய இடத்துப் பெண்

கலைஞர் மு. கருணாநிதி

Title: Periya Idathu Penn

Author: M. Karunanidhi

Language: Tamil

First Published on: 1948

Year of Publication: 2024

Book Format: Paperback

*Page Size: 6inch * 9inch*

Category: Fiction

Subject: Novel

No. of pages: 44

ISBN: 978-81-984438-3-0

Published by: Nilan Publishers, Madurai, Tamilnadu, India

பொருளடக்கம்

குறிப்புகளுக்காக

திரை விலக

பெரிய இடத்து விஷயத்தில் தலையிடுவது ஆபத்தானது. சமுதாயத்தின் விஷப் பார்வை பெரிய இடம் - சிறிய இடம் பார்ப்பதில்லை. ஒழுக்கம், நாணயம் இவைகளில் யாரும் தவறிவிடுவது வழக்கந்தான்.

ஆனால் 'பெரிய இடம்' என்ற வார்த்தையால் எவ்வளவோ ஊழல்கள் மறைக்கப்பட்டு விடுகின்றன. அவை அம்பலத்திற்கு வந்தால்தான் சமுதாய இழிவுகள் துடைக்கப்பட ஒரு நல்ல மார்க்கம் ஏற்படும் என்பது துணிபு. எத்தனையோ பண்ணைகளில் படாடோபக்காரர் மாளிகைகளில், அழுகிப்போன செய்திகள் நாற்றமெடுத்தபிறகே, நாட்டினர்க்குத் தெரிகிறது. ஆனாலும், 'பெரிய இடம்' என்ற பேச்சு ஊர் வாயை மூடிவிடுகிறது.

'பெரிய இடத்துப் பெண் ' இழிந்த சமுதாயத்தின் கிழிந்த திரையை விலக் கட்டும்!

மு. கருணாநிதி.

பதிப்புரை

அரும்பிய சிறு மீசைகள், அவசரத்தையே காட்டிக்கொண்டிருக்கும் அசைவுகள், அலட் சியமாகப் பார்வையைச் சிந்தும்போது அவன் ஒரு பாட்டாளி என்பதை மறந்துவிடுவான். அவன்தான் வீட்டு வண்டிக்காரன் வீரன். சீமான் வீட்டுச் செல்விக்கும், விலாவொடியப் பாடுட்டும் வீரனுக்கும் நிரம்பப் பொருத்தம். இப் பொருத்தம் ஏற்படச் சமுதாயம் ஒரு தடையல்லவா?

அதனைச் சூழ்ந்துள்ள சாத்திரங்கள் அவன் வாழ்க்கைக்கு ஒரு சாக்காடு. அதனை- அறுத்தெறிந்ததே 'இப் பெரிய இடத்துப் பெண்ணின்' பணி.

இக் கருத்துக்களைத் தெளிவுபட, தெரிக்கும் நடையில் தீட்டித்தந்தவர் தோழர் மு. கருணாநிதி அவர்கள்.

தமிழ் நாட்டின் மூலை முடுக்குகளெல்லாம், திராவிட முரசொலித்துவரும் இவரை அறிமுகப்படுத்துவது, கரும்பை இனிப்பென்பது போல! அவர்கட்கு எங்கள் மனமுவந்த நன்றி!

திராவிடன் பதிப்பகத்தார்.

எட்டாம் பதிப்பு பதிப்புரை

எழுத்துலகச் சிற்பி தோழர் மு. கருணாநிதி அவர்களுடைய இலக்கியத்தின் சிறப்பைப் பற்றிச் சொல்லித் தெரிந்துகொள்ள வேண்டிய நிலையில் இன்று தமிழ் மக்கள் இல்லை.

இதில் பொருந்தா மணத்தால் விளையும் சீர்கேடுகளும், அழகு சிந்தும் இளம் வனிதையர்களின் எழில் நிறைந்த வாழ்க்கையை நரைத்துப்போன வாலிபக் கிழங்களோடு பிணைக்க முயற்சிப்பதும், அதனால் வரும் விபரீதங்களும் சித்திரிக்கப்பட் டுள்ளன.

"பெரிய இடத்துப் பெண்" கதை கற்பனைதான்! எனினும் இதில் வரும் மாந்தர்கள் யாவரும் இன்றைய புரையோடிக்கொண் டிருக் கும் அழுகல் நிறைந்த சமுதாய வீதியில் தினசரி நம்முன் காட்சியளிக்கத்தான் செய்கிறார்கள்.

அதில் குமுதாவைப் போன்ற மாசு மருவற்ற வெள்ளை உள்ளங்களை நாம் காணமுடிகிறது.

இத்துடன் "பெரிய இடத்துப் பெண்' எட்டாவது பதிப்பாகும். வெளிவந்து விற்பனையாவதிலிருந்து இந்த நூலுக்கு தமிழ் மக்களிடம் எவ்வளவு அமோக ஆதரவு இருந்து வருகிறது என்பது வெள்ளிடை மலை !

இன்னமொரு மகிழ்ச்சிக்குரிய செய்தி:- "பெரிய இடத்துப் பெண்" திரைக்கதையாக விரைவில் மூலை முடுக்குகளிலெல்லாம் காட்சியளிக் கப் போகிறாள், என்பதை உங்கள் முன்னிலையில் போட்டு வைக்கிறோம்.

திராவிடன் பதிப்பகத்தார்.

குமுதா! அவளுக்கு அவன்தான் அமுதா?" என்று நினைத்தவாறே என்னவோ ஊஞ்சலில் அமர்ந் தார் உலகநாதர். "ஏன், வேலையெல்லாம் முடிந்ததா?" என்று கேட்டபடி கண்ணம்மா பக்கத்தில் வந்து உட்கார்ந்தாள். ஊஞ்சல் வேகமாக ஆடிற்று.உலகநாதரின் உள்ளத்தின் அசைவை அது வெற்றி கொண்டதாக அவருக்குத் தோன்றவில்லை. கண்ணம்மாவின் கரங்கள் உலகநாதரின் உடலில் நகர்ந்துகொண் டிருந்தன. அவள் அவரது தோள்களை அனிச்சக் கைகளால் அழுத்திப் பிடித்த போது கூட ஆனந்த ஒளி இதயப் படுதாவில் விழவில்லை. உலகநாதரின் எண்ணங்கள் ஊர்க் கடைசியிலுள்ள குப்பத்தில் சஞ்சரித்துக்கொண் டிருந்தன; கண்ணம்மா அவருக்குப் பொன்னம்மாளாக விளங்குவாள். அவளது மிருதுவான ஸ்பரிசம், அவரது சிந்தனையைச் சிதற அடிக்கும் சிரிப்பு, அவரைச் சொர்க்க லோகத்திற்கு இட்டுச் செல்லும் சொகுசான லீலைகள் - இவைகளில் சொக்கிக் கிடப்பார்.

ஆனால், அவர் அன்று கண்ட காட்சி மட்டும் அவருக்கு வேப்பங்காயாக இருந்தது. "ஏன் மௌனமா இருக்கீங்க?" என்று கேட்டுக்கொண்டே உலகநாதரின் முகத்தைத் திருப்பினாள் கண்ணம்மா.

கண்ணம்மாவின் விரல் பட்ட மாத்திரத்தில் காந்தத் தோடு தொடரும் இரும்புபோலக் கழுத்தைத் திருப்பும் உலகநாதர் அன்று முரட்டுத்தனமாக, முகத்தை அசைக்காமலேயே இருந்துவிட்டார். கடைசி வரையில் பார்த்து விடுவதென்ற முடிவில் கண்ணம்மா ஊஞ்சலை விட்டுக் கீழே இறங்கினாள். உலகநாதரின் உந்தலினால் ஆடிக்கொண்டிருந்த ஊஞ்சல் கண்ணம்மாளைக் கீழே தள்ளிற்று. கண்ணம்மாள் கீழே விழுந்தாள். அடி அவ்வளவாக இல்லை. ஆனாலும்

எவரெஸ்ட் சிகரத்திலிருந்து வழுக்கி விழுந்தவள்போல வேதனையைக் கொட்டினாள்.

உலகநாதருக்குக் கருணை பிறந்தது. "கண்ணம்மா! கண்ணம்மா!" என்று கூவிக்கொண்டே அவளைத் தூக்கினார். மீண்டும் ஊஞ்சல் ஆட ஆரம்பித்தது.

உலகநாதரும் கண்ணம்மாவும் இன்பபுரிப் பிரயாணத்தை ஆரம்பித்தனர். உலகநாதர், ஆமாம்! 'மண்டிக்கடை மன்னர்' என்றுகூடப் பட்டஞ் சூட்டுவார்கள் மாநாடு கூட்டினால். அவ்வளவு பெருத்த வியாபாரி. கண்ணம்மா - அவள் குடும்பமும் அவருக்குச் சளைத்ததல்ல? செல்வமும் செல்வமும் கைகோர்த்துக்கொண்டன. பணமும் பணமும் உராய்ந்துகொண்டன. நான்கு வருடங்கள்! உலகநாதர்-கண்ணம்மா திருமணமாகிக் கழிந்த ஆண்டுகள் அவை.

உலகநாதர் சற்று தடித்த தோலர்! ரோஷமில்லாக் காரணத்தாலல்ல; உடற்கூறுதான் அப்படி! கண் ணம்மா ரோஜா மலர்! அவளை இவருக்குக் கட் டினார்கள்

அதைப் பற்றி உலகம் பேசாமலில்லை. பணக்காரர் வீட்டுப் படிக்கட்டுமேல் பாமரர் பேச்சு ஏறுமா? கண்ணம்மாளுக்கு வாழ்க்கை கசப்பாகத்தானிருந்தது. ஆனால், அவளாகத் தயாரித்துக்கொண்ட திட்டம். ஒடிந்த வாழ்வை உயர்த்திற்று; கூனலை நிமிர்த்தியது. உலகநாதர் வீட்டு வண்டிக்கார வீரன் கட்டழகன். கண்ணம்மாவின் வலையில் வீரன் மாட்டினான். இது அவன் குற்றமா? அல்லது உலகநாதரின் வெம்பிப் போன அழகின் குற்றமா? இந்த விசாரணைக்கு வீரன் போகவில்லை. உதட்டில் தடவப்பட்ட தேனை நக்கினான்; சுவைத்தான்; தேனடையைத் தேடினான். ருசி கண்ட பூனை உறியைத் தாவாமலிருக்குமா? கண்ணம்மா 'கற்போடு நடக்க வேண்டுமே' என்று குழம்பிக்கொண்டிருந்தபோது, "சாகும்போது என்ன சங்கரா வேண்டியிருக்கு!" என்றான். உலகநாதருக்கு உபசரிப்பு குறையவில்லை. அன்பை அவருக்கு அர்ப்பணிப்பதாகக் கண்ணம்மா கூறினாள். அந்த

நாடகத்தில் உலகநாதரின் ராஜபார்ட் கம்பீரங் கொண்டது. ஆனால் ஸ்திரீபார்ட் போட்டிருப்பது ஆண் என்றுகூட ஐயமுறாத நிலை அவருக்கு! கண்ணம்மாவின் கன்னங்களைச் சுவைக்க நேரமிருந்தது அவருக்கு! கருத்தைச் சோதிக்கநினைப்பில்லை.

சீமான் வீட்டுச் செல்வி சின்னப்புத்திக்காரியாக இருப்பாள் என்று அவர் கருதத்தானில்லை. வீரனுக்கல்லவா தெரியும் அவளின் விரகதாபம்!

உலகநாதருக்கு மஞ்சம் உண்டு! கொஞ்சல் உண்டு! ஆனால், அவ்வளவும் வீரனுக்குப்போக எஞ்சியதுதான்!

உலகநாதரிடம் நடனமுண்டு! நெளிவு உண்டு! ஆனால் அந்தக் கேளிக்கைக்கு வாடிக்கைக்காரன் வண்டிக்கார வீரன்தான்!

உலகநாதரிடம் ஊடல் உண்டு! கூடல் உண்டு! பாடல் உண்டு! ஆனால் அப்போதும் கண்ணம்மாவுக்கு வீரனைக் காணவில்லையே என்ற வாடல் உண்டு!

உலகநாதரிடம் உல்லாசம் பரிமாறுவதுண்டு! சல்லாபம் உண்டு! எல்லாமுண்டு! ஆனால், வீரனிடம் நடிப்பதற்கு இவை ஒத்திகைகள்.

வண்டிக்கார வீரன் பலே ஆள்; கட்டுமஸ்தான உடல்; உழைத்து உழைத்துப் பக்குவம் பெற்ற உடற் கட்டு. முகத்திலே எப்பொழுதும் ஓர் அலாதியான தேஜஸ்! 'ஹை' என்று அவன் மாடுகளை அதட்டுவதே ஒரு சங்கீதமா யிருக்கும். அலட்சியமாகப் பார்வையைச் சிந்தும்போது அவன் ஒரு பாட்டாளி என்பதையே மறந்துவிடுவான். அவனது சிரிப்பிலே ஒரு தனி அழகு தாண்டவமாடும். அரும்பிய சிறு மீசைகள் ! அவசரத் தையே காட்டிக்கொண் டிருக்கும் அசைவுகள்!

கண்ணம்மாவின் கருத்தைக் கிளற இவை போதாதா? கண்ணம்மா கற்போடு நடக்க வேண்டு மென்றுதான் முதலில்

கருதினாள். ஆனால், உலகநாதரின் விகார ரூபம் அவள் பிடிவாதத்தை உடைத் தெறிந்தது. வீரனின் 'கணீ'ரென்ற அதட்டல் காளை மாடுகளை அதிரச் செய்தன. அதே சமயத்தில் அந்த ஒலி கண்ணம்மாவுக்குக் கீதமாக இருந்தது. வண்டிக் காரனின் முறைப்பு, வெறித்த வண்டி மாடுகளுக்கு வெதறலைத் தந்தது. அதே சமயத்தில் கண்ணம்மாவுக்கு அது கம்பீரப் பார்வையாக இருந்தது. அவனது சவுக்கடிகள் மாடுகளுக்கு மனவேதனையைக் கொடுத்தன. அந்தச் சப்தத்தில் அவனது ஆற்றல் ஒளிந்து கிடப்பதாகக் கண்ணம்மாள் கருதினாள். கண்ணம்மாவின் அணைப்பு வீரனுக்கு ஆனந்தமாகத்தானிருந்தது. ஆனால், அவன் ஆண்ட வர்க்கமல்லவா? சுவைக்காததைச் சுவைத்தான்; கிடைக்காதது கிடைத்தது; முடியாதது முடிந்தது; எஜமானியின் ஆசைக்குரியவன் தான்! வீரனுக்கும் கண்ணம்மாவுக்கும் இருந்த தொடர்பு வரவர தாட்சண்யமாக மாறிற்று. உறியில் தாவும்போது பயப்படாத பூனை உறியை அடைந்ததும் பயப்பட்டதுபோல - சுவரைத் துளைத்தபோது அஞ்சாத திருடன் வீட்டில் நுழைந்தவுடன் அஞ்சுவதுபோல- வீரன் கண்ணம்மாவின் கட்டில் அகப்பட்ட பிறகு நடுங்கினான் ஊருக்காக! உலகநாதர் வீட்டு விஷயம் ஊரில் பரவிற்று. ஊர் தூற்றுமோ? எஜமான் அறிந்தால் என்ன ஆகுமோ? என்ற கேள்விகள் வீரனைத் திக்கு முக்காட வைத்தன.

வண்டியுடன் மாடுகளுண்டு. வண்டிக்காரன் வீரனுண்டு, என்ற நிலை ஏற்பட்டது பின்னால்! கண்ணம்மாவைக் கண்டாலே முகத்தைத் திருப்பிக்கொண்டு போய் விடுவான். முகாந்திரம் தெரியாமல் கண்ணம்மா விழித்தாள். கடிதம் எழுதலாம் என நினைத்தாள்! நினைப்பு இருந்தது, நேரமிருந்தது, தாள் இருந்தது, பேனா இருந் தது, ஆனால், வீரனுக்குக் கல்வி வாடை இல்லையே! கண்ணம்மா கலங்கிய உள்ளத்துடனே காலத்தைக் கடத்தினாள். வீரனின் ஊடல் தீரும் வரை உலகநாதரிடம் உல்லாச நாடகத்தின் ஒத்திகைகளை நடத்தி வந்தாள்.

அப்போதுதான் ஒருநாள்! உலகநாதர்-கண்ணம்மா ஊஞ்சல் ஆட்டம் நடைபெற்றது. கண்ணம்மா கிளறிக் கிளறிக் கேட்ட பிறகு உலகநாதர் வாயைத் திறந்தார்.

உலகநாதர் பண்ணையில் வேலை பார்க்கும் உத்தண்டி என்ற தலையாரி ஒரு கிழவன். அவனது மகள் குமுதா. குமுதம் என்ற பெயரின் சுருக்கம் குமுதா. உத்தண்டியின் தங்கை மகன்தான் வீரன். குமுதாவின் அத்தான். குமுதாவும் வீரனும் குலவிக் கொண் டிருந்ததை உலகநாதர் கண்ட அன்று தான் ஊஞ்சல் உரையாடல் நிகழ்ந்தது.

உத்தண்டியின் மகளிடம் உலகநாதருக்கு மோகம். கண்ணம்மா தரும் காதல் ரசத்தைவிடக் குமுதாவின் கொவ்வை இதழ்களில் கசியும் இன்பம் அதிக விலை என்று புள்ளி போட்டார். இவ்வளவுக்கும் அந்த மகானுபாவன் மாதிரி பார்க்ககூட இல்லை. கண்ணம்மா போனால் போகட்டும், கட்டிய புருஷனல்லவா என்று ஊருக்குப் பயந்தோ அல்லது சொத்துக்கு ஆசைப்பட்டோ உலகநாதரிடம் ஆசை காட்டி வாழ்ந்ததை, அவர் அன்பின் சிகரம் என்று நினைத்துவிட்டார். தமது அழகில் ஈடுபட்ட மயக்கம் என முடிவுகட்டிவிட்டார். கண்ணம்மா தம்மையே கடவுளாக நினைத்துவிட்டதாகக் கனவு கண்டார்.

கடவுளுக்கு நைவேத்தியம் என்று கூறிப் பொங்கல் பாவாடை போட்டு, அதைக் கருத்துக் கேற்ற கனகசுந்தரிகளுக்கு ஊட்டுகின்ற பூசாரியைப் போலவே, கண்ணம்மாவும் தன்னைக் கணவனுக்கு நைவேத்தியம் செய்து இன்பத்தை வீரனுக்கு வழங்கி வந்தாள். இதை அந்த இளித்தவாயர் அறியவில்லை. பாவம்! கடவுளாவது கற்சிலை; கண்ணில்லாதவர்! இந்தக் கணவனுக்கோ கருத்துமில்லை; கவனிப்புமில்லை!

இந்தக் கடவுளுக்குக் காட்டப்பட்ட பிரசாதத்திற்கு வீரன் நாக்கை நீட்டிக்கொண் டிருந்தான். அது ஒரு காலம்! ஆனால்,

அதே வீரன் அத்தை மகள் குமுதாவிடம் எஜமானியம்மாள் கற்பித்த பாடங்களை நடத்த நாள் எண்ணி வந்தான்.

குமுதாவிடம் ஆவலைக் கொட்டியிருந்த உலகநாதர் உள்ளம் வெதும்பினார், உடல் இளைத்தார்.

குமுதா குடியானவன் வீட்டுப் பெண்தான். அலங்காரமில்லாவிட்டாலும் அழகி. 'மேக்கப்' இல்லாவிட்டா லும் மேனியில் ஒரு லளித களை. சுருக்கமாகக் கூற வேண்டுமானால், குமுதா ஒரு குளிர்த் தென்றல்!

அவள் வீரனுக்குக் கிடைக்க அவனுக்கு உரிமை இருந்தது. அத்தான் என்ற முறையின் காரணமாக மட்டுமல்ல; அவன்தான் அவளுக்கும் சத்தான பொருள். வீரன் எஜமானியம்மாளின் இஷ்டத்திற்குரியவன் என்ற செய்தி குமுதாவுக்குத் தெரியாது. கொழுந்துப் பெண் தானே அவள்! வீரனை நம்பினாள். வீரனும் வாழ்க்கையின் துணையாக அவளை ஏற்றுக்கொள்ளத் துணிந்தான்.

இதற்கிடையில் உலகநாதர் நின்றார். குமுதாவை ருசி பார்க்கக் குள்ள நரியா? 'குமுதா எப்படியும் கிட்ட வேண்டும்'- இந்த எண்ணத்தைக் கண்ணம்மாவிடம் கக்கிவிட்டார். ஆம்! ஊஞ்சலில் உட்கார்ந்திருந்தபோது தான் உள்ளத்தைத் திறந்தார். ஒளித்து வைத்திருந் ததை எடுத்து நீட்டினார். "கண்ணம்மா என் கண்ணல்ல. நான் உன்னை அலட்சியப்படுத்துவதாக நினைக்காதே! எப்படியாவது ஒருநாள்....குமுதா என் படுக்கையை அலங்கரிக்க வேண்டும்.... இதை நீதான் செய்ய வேண்டும்.... தயவு செய்! உன் தாளைப் பிடிக்கிறேன். இரங்கமாட்டாயா?" என்று வேண்டினார்.

அதற்குப் பிறகு நடந்தது என்ன? அந்த வரலாற்றை ஒவ்வொவரும் கூறுகிறார்கள், கேளுங்கள்!

உத்தண்டி

பல் முளைத்த நாள் முதல் நான் பண்ணைக்காரர் வீட்டில்தான் அடிமை வேலை பார்க்கிறேன். பரம்பரை யாக என் பாட்டன் பூட்டன் எல்லோருமே அடிமைகள்தாள். என் தகப்பனுக்கு என்னைச் சுதந்திர மனிதனாக ஆக்க எங்கிருந்து புத்தித் தோன்றும்? உலகநாத முதலியார் என்னைவிட எத்தனையோ வயது இளையவர். நான் அந்தப் பண்ணையில் மாடு மேய்க்கும்போது அவர் பிறக்கக்கூட இல்லை. இப்போது உலகநாதர் என்றாலே அடிவயிற்றில் 'பகீர்' என்கிறது. இத்தனைக்கும் மண்டிக்கடை ஆசாமிதான். ஆனால், லட்சுமி அங்கு விளையாடுகிறாள். அங்கேயே வாசம் செய்கிறாள். அவர் பார்த்து ஒழிக்க வேண்டுமென்றால் ஒழித்துக் கட்டிவிடலாம். என் வீடு, மனை, தோட்டம் எல்லாம் அவரிடம் அடமானம். அந்தத் தைரியத்தில்தான் அவர் என் நெஞ்சத்தைக் குத்திக் கிளறிவிட்டார்.

அவருக்கு நான் பட்டிருக்கும் கடன் 500 ரூபாய். உலோபி மனுஷன் நம்மை நம்பி எப்படிக் கடன் கொடுத்தார் என்று நினைத்தேன். அவருடைய தாராள புத்தியின் சரியான காரணம் இப்பொழுதுதான் தெரிந்தது. குமுதா என் பெண்; ஆசை மகள். அவள் அம்மா சாகும்போது குமுதாவை என்னிடம் ஒப்படைத்தாள். குமுதாவுக்கு வாழ்க்கையில் துன்பம் தோன்றவே கூடாது என்று எண்ணினேன். ஆனால், கடவுள் அப்படி நினைக்கவில்லை. உலகநாதரையல்லவா எமனாக அனுப்பியிருந்தான் பாழுங் கடவுள்.

அன்று உலகநாதர் என்னைக் கூப்பிட்டு அனுப்பினார். ஏதோ சாகுபடி விஷயம் என்று நானும் போனேன். "வா, உத்தண்டி!" என்று அவர் அழைக்கும்போதே அவரது முகத்தில் ஆவல் ததும்பிக்கொண் டிருந்தது. நாங்கள் பேசிக்கொண்டிருந்த இடத்தில் யாருமே இல்லை, "ஏண்டா உத்தண்டி!" என்று அதிகாரத் தோரணையில் கூப்பிடும் அவர் அன்று பரிவோடு

என்னை அழைத்தார். அகம்பாவமாகவே என்னிடம் நடந்துகொள்ளும் அவர் சில நாட்களாக அன்பு வார்த்தைகளையே உபயோகித்தார்.

"ஏன் எஜமான் கூப்பிட்டீங்களாம் " என்று கேட்டுக் குனிந்து நின்றேன். கடனை வளர்த்துக் கொண்டே போகிறாயே, வட்டி வளருதே,தெரியலியா?" என்று கேட்டார். அஸ்திவாரத்தைப் பலமாகப் போட்டுக்கொண்டார். நான் அவர் கருத்தை முதலில் அறியவில்லை; பேசாமல் நின்றேன். "உன் மகளுக்குக் கல்யாணம், காட்சி நடக்கவில்லையா?" என்று அடுத்த கேள்வியைப் போட்டார். அதையும் நான் விகற்பமாகக் கருதவில்லை. பண்ணையாள் குடும்பத்திலே அய்யாவுக்கு அவ்வளவு அக்கறை என்று சந்தோஷப்பட்டுக்கொண்டேன். ஆனால், அதை அவர் நீடிக்க விடவில்லை. நம் வீட்டு அண்ணிக்கு வேலைக்காரி ஒருத்தி வேண்டுமாம். "கல்யாணம் ஆகிற வரையிலே உன் மகளை இங்கே விட்டு வையேன்" என்றார். நான் அப்போதுதான் தடுமாறினேன். "அவள் குழந்தைங்கோ. தனியா இங்கே இருக்க பயப்படுவாளே" என்று பல்லைக் காட்டினேன். உன் மகளைக் காட்டிலா கொண்டு வந்து விடப் போகிறாய்! அட பைத்தியக்கார மனுஷா?" என்று ஏளனம் செய்தார் உலகநாதர். எனக்கு என்ன சொல்வ தென்றே புரியவில்லை. "எப்போதும் இங்கேதான் இருக்கணுமா?" என்று ஒரு கேள்வியைப் போட்டு வைத்தேன். "அட ஒரு இரண்டு மூணு மாசத்துக்கு இருக்கட்டுமே. என்ன உன் பெண் தேய்ந்தா போய் விடுகிறாள்! கண்ணம்மாவோடு இருந்து பழகினால் குடும்ப விஷயமும் புரியும், வேறு ஒரு புருஷன் வீட்டுக்குப் போனாலும் நல்ல குடித்தனக்காரியென்று பெயரெடுப்பாள்" என்று பிரசங்கம் செய்ய ஆரம்பித்தார். என்னால் மறுக்கவே முடியவில்லை; மறுக்கத் தைரியமும் இல்லை. மறுத்திருந்தால் மறுநாளே அவருடைய கடனை அடைத்தாக வேண்டும். நான் 500 ரூபாய்க்கு அப் பொழுது எங்கு போவேன். இந்தப் பாழுந் தெய்வங்கள் என்னை அப்படியா

வைத்திருந்தன? அவைகளுக்குத் தான் என்னைப் பற்றிக் கவலையே கிடையாதே!

"உன் மகள் குமுதத்துக்கு மாசம் 20 ரூபாய் சம்பளம் கொடுக்கிறேன். கவலைப்படாதே. அவளுக்கு இங்கு ஒரு கஷ்டமும் இருக்காது. கண்ணம்மாவோடு குஷாலா இருக்கலாம். வேலையும் அதிகமில்லை" என்று மறுபடி யும் உலகநாதர் உபந்யாசத்தை ஆரம்பித்தார். கிராமத்திலே பணத்தைக் கண்டால் பகவானைக் கண்டது போலத்தானே ! அதுவும் என்போன்ற தலையாரிகளுக்குக் கேட்கவா வேண்டும்! கோபாலகிருஷ்ண பிள்ளை மகள் பள்ளிக்கூடத்திலே 10 கிளாஸ் படிச்சுப்பிட்டு வாத்தியாரம்மா வேலை பார்த்து மாசம் 20 ரூபாய் சம்பாதிக்கிறாள். ஒன்றுமில்லாமல் என் குமுதாவுக்கு. 20 ரூபாய் சம்பளம் என்றதும் எனக்குச் சபலம் தட்டிற்று; சிறிது ஆசையும் ஏற்பட்டது. அவளுக்கு மாதா மாதம் வரும் இருபது ரூபாயை அப்படியே மீத்துப் புருஷன் வீட்டுக்குப் போகும்போது சீதனமாகக் கொடுத்தனுப்பலாமென்று திட்டங்கள் போட்டு விட்டேன். உலகநாதரின் உத்தரவுக்குக் கீழ்ப்படிந்தேன்.

இந்த அபிப்பிராயத்தை என் குமுதாவிடம் கூறினேன். குமுதா குழந்தை மனம் படைத்தவள் அல்லவா? என்னைப் பிரிந்து வேறு ஒரு வீட்டில் வேலை செய்யத் தயங்கினாள். "இந்த ஊர்தானே அம்மா! ஏன் பயப்படுகிறாய்? நான் உன்னை அடிக்கடி எஜமான் வீட்டிலே வந்து பார்க்கிறேன். பயப்படாதே" என்று சப்பைக்கட்டுகள் கட்டினேன். அவளும் உலகநாதர் வீட்டுக்கு வேலைக்காரியாகப் போகச் சம்மதித்தாள். அதன்படி அங்குச் சென்று வேலையிலும் அமர்ந்தாள். பிறகுதான் நான் செய்தவற்றை உணர்ந்தேன். குமுதாவைக் குழியில் போட்டுப் புதைத்த குருட்டுப் புத்திக் காரனானேன். இன்னும் சொல்லட்டுமா? குமுதா ஒரு நாள் உலகநாதர் வீட்டுக் கொல்லைப்புறத்தில் உட்கார்ந்திருந்தாள். நான் திடீரென்று அங்குப் பிரவேசித்தேன். குமுதா கண்களைத் துடைத்துக்கொண்டு அவசர மாக எழுந்து, "அப்பா!" என்று கூவிக்கொண்டு என் னிடம் ஓடிவந்தாள். "ஏன் குமுதா,

அழுகிறாய்?" என்றேன். என் மனம் பட்டபாட்டை ஈசன்தான் அறிவான். குமுதா தேம்பினாள். அழுது அழுது அவள் முகம் வீங்கியிருந்தது.கண்கள் செக்கச் செவேலெனத்தோன்றின. என் கால்கள் நடுங்கின. கைகள் உதறலெடுத்தன. குமுதா பேசத் தொடங்கினாள். ஆனால், வாய் குளறிற்று. சில வார்த்தைகள் சொன்னாள். அவைகள் என் காதில் ஈட்டிகளைப் பாய்ச்சின. அதற்குள் எஜமானி கண்ணம்மா, "குமுதா! குமுதா!" என்று அழைத்தாள். குமுதா ஓடிவிட்டாள். நான் வீடு திரும்பினேன். அன்றிரவு முழுவதும் எனக்குத் தூக்கம் இல்லை. "குமுதா! குமுதா!" என்று புலம்பினேன்.

என் தங்கை மகன் வீரனுக்காக என் அருமைக் குமுதாவை வைத்திருந்தேன். வீரனையும் குமுதாவையும் மணக்கோலத்தோடு பார்க்க எண்ணி யிருந்தேன். ஆனால் அதற்குமுன் அவர்கள் ஜோடியாகி விட்டார்கள். கல்யாணத்தை முடித்துவிடலாமென்று இருந்தேன், இந்த கபோதியிடம் காசு ஏது? காசில்லாக் கஷ்டத்தால்தானே நான் உலகநாதர் உத்தரவுக்கு இணங்கி என் குமுதாவை வேலைக்காரியாக அனுப்பினேன்!

அந்தக் கண்ணம்மா இவ்வளவு கைகாரி என்று எனக்குத் தெரியாதே! என் வயிற்றை எரிய விட்டு விட்டாளே! அடி விபசாரி.

கண்ணம்மா

ஆம்! நான் விபசாரிதான். அது என் குற்றமா ! என் மனதுக் கேற்றவனை மணம் முடித்திருந்தால் என் நிலை இப்படி ஆகி இருக்குமா? நான் சிறுமியாயிருக்கும் போது, எவ்வளவோ நல்லவளாகத்தான் இருந்தேன். ஊரில் கண்ணம்மா என்றாலே தனிப் பிரியந்தான் காட்டினார்கள். எனக்குக் கடவுளிடத்தில் அபார பக்தி இருந்தது. கிழமை தவறினாலும் தவறும், என்னுடைய விரதங்கள் தவறா. அம்பிகைக்குப் படையல் செய்து விட்டுத்தான் சாப்பிடுவேன். எதிர்காலத்தில் ஒரு பெரிய 'பக்திமானி' யாக வேண்டுமென்ற பேராசையால் என் நெஞ்சம் நிரப்பப்பட்டிருந்தது. சதா சர்வ காலமும் தெய்வத்தின் திரு நாமங்களையே உச்சரித்துக்கொண்டிருப்பேன். இப்பொழுதுதான் என்ன? எப்பொழுதும் ஆண்டவனைத் துதித்த வண்ணமேதான் இருக்கிறேன். குற்றம் செய்தவர்கள் தானே மன்னிப்புக் கேட்டுக் கொள்ள வேண்டும்! நான் செய்த விஷமகரமான விபரீதச் செயல்களுக்குக் கடவுளிடம் மன்னிப்புக் கேட்டுக் கொள்ளத்தானே வேண்டும்! ஆனால் ஒன்று. அதை யாரும் கவனியாது விட்டு விடாதீர்கள்! பகவானிடம் மன்னிப்புப் பெற்றுவிடலாமென்ற தைரியத்தில் நான் இன்னும் என்னுடலில் ஊறிப்போன செய்கைகளை விட்டு விடாமல்தான் இருக்கிறேன்; அதை ஏன் கேட்கிறீர்கள்! விபசாரி வேதாந்தம் பேசுகிறாள் என்று கூறுவீர்கள், விவேகமொழி கூறுகிறாள் என்று ஏளனம் செய்வீர்கள். என்னைப்பற்றி நீங்கள் நன்றாகத் தெரிந்து கொள்ள வேண்டுமா? இதோ பதில்! கண்ணம்மா ஒரு விபசாரி! கண்ணம்மா ஒரு பக்த சிரோன் மணி! போதுமா? இன்னும் வேண்டுமானாலும் இதோ விளக்கம். கேளுங்கள்!

என் தகப்பனார் நல்ல செல்வந்தர். என் தாயார் என்னை வெகு அருமையாக வளர்த்தாள். நானும் நன்றாகத்தான் வளர்ந்தேன். எப்படியோ எனக்குத் தெரியாது; ஒருநாள் உலகநாதரின்

திருஷ்டியில் பட்டு விட்டேன். 'ஆண்கள் இருக்கும் பக்கத்தில் போகக் கூடாது' என்று என் அன்னை அடிக்கடி கூறித்தான் வந்தாள். ஆனால் கால வித்தியாசம், அவரது கழுகுப் பார்வைக்கு இரையானேன். இடுக்கி; கால்களின் இடும் புப் பிடியில் எலிகளைத் தூக்கிச் செல்லும் கழுகைப் போலவே, உலகநாதர் என்னை அடைந்துவிட்டார். அந்த வயிற்றெரிச்சலை வர்ணிப்பானேன்! உலகநாதருக்கும் எனக்கும் திருமணம் நடந்தது. ஆமாம், வாழ்க்கையை ஒப்பந்தம் செய்து வைக்கப்பட்டேன். அதன் பெயர் திருமணமா? கண்ணைக் கட்டிக் காட்டில் விட்டுக் கரடியோடு கொஞ்சு என்று கட்டளை இடுவதற்குப் பெயர் தான் 'திருமண'மென்றால், எனக்கு நடந்ததும் திருமணம்தான்.

விஷத்தை வேலில் தடவி விழியில் சொருகுவதற்குப் பெயர்தான் 'வாழ்க்கை ஒப்பந்தம்' என்றால் எனக்கு நடந்ததும் வாழ்க்கை ஒப்பந்தந்தான்! உலக நாதர் எனக்குக் காண்டாமிருகமாகத் தோன்றினாரே யொழியக் கணவனாகக் காட்சியளிக்கவில்லை. உலகத்தின் விகாரமே உருப்பெற றெழுந்ததுதான் உலக நாதர். நான் என்ன செய்வேன்; அவருக்கு என்னவோ இளமை இருந்தது உண்மை. ஆனால், என் இதயத்தைக் கவரும் இன்முகம் கிடையாதே! அவர் வாலிப முறுக்குள்ளவர்தான். ஆனால், அந்த வடிவம் வராகத்தைப் பழிப்பது போலவா இருக்க வேண்டும்? இவைகளை நான் பொறுத்துக்கொள்ளக் கூடாதா என்று நீங்கள் கேட்பீர்கள். 'புல்லென்றாலும் புருஷன், கல் லென்றாலும் கணவன்' என்று புராணக் காலக்ஷேபங் கூட நடத்துவீர்கள். என் நிலையில் நீங்கள் இருந்து பார்த்தால் அப்படிப் பேசமாட்டீர்கள். உலகநாதரின் குரலைப்பற்றி ஒரே ஒரு வார்த்தை, வாயைத் திறந்தாலே போதும், வாந்தியெடுப்பவனுக்கு பிற்றிலிருந்து கிளம்புவது போன்ற வறட்டுச் சப்தம். அதைக் கோகிலத் தொனி என்று தான் கூறிக்கொள்ள வேண்டுமா? நீங்கள்தான் தீர்ப்புக் கூறுங்களேன். என்னைப் பற்றி நானே கூறிக்கொள்வதாக எண்ணாதீர்கள். ஒரு பணக் கார வீட்டுப்பெண், போதுமான

அழகுடையவள். இளமையின் எழுச்சியில், இன்பத்தின் அடிவாரத்தில் உலாவத் தொடங்குபவள், 'எண்ணாத எண்ணங்கள் எண்ணியவள்' எதிர்காலத்தைப் பற்றி எட்டாத பேராசைக் "கோட்டைகள் கட்டியவள்," "கண்ணம்மாளா? கட்டழகி யாயிற்றே! கட்டுடல் வாய்ந்தவளாயிற்றே!" என்று ஊராரின் மதிப்புரையைப் பெற்றவள் கடைசியில் ஒரு கண்ராவியான மனிதனைக் கட்டிக்கொள்வதென்றால், அது நியாயமா? பச்சிளங் குழந்தையும் பரிகாசஞ் செய் யுமே ! தோழிகள் 'தூ' என்று துப்புவார்களே!

இது என்ன, வராகாவதாரத்தைக் கண்டு பூமா தேவி விரகதாபங் கொண்ட காலமா? அதுவுமில்லையே ! என்னை விபசாரி என்று கூறுகிறீர்களே; எனக்கு அந்த வாழ்வை அமைத்துக் கொடுத்தது உங்கள் வைதீக உலகந்தானே!

வாழ்வில் கோணல் ஏற்பட்டு விட்டதே என்று வாடினேன்; வதங்கினேன். ஆனால் அதை உலகநாதரிடம் காட்டிக்கொள்ளவில்லை. என் தாய் தந்தையரைச் சபித்துக்கொண் டிருந்தேன், என் சாபங்களுக்கு மட்டும் சக்தி இருந்திருக்குமானால். இந்த உலகமே அழிந்து போயிருக்கும். என் தாயகத்திலிருந்து சீதனங்கள் வந்து குவிந்தன. கட்டில்களென்ன, கம்மல்களென்ன, ஏதேதோ வழங்கினார்கள். வழக்கத்தை விடாமல் செய்து விட்டார்கள்; அவ்வளவுதான்! அவர்கள் அள்ளி அள்ளிக் கொடுத்த அவ்வளவும் எனக்குத் தேவையில்லை. என் கருத்துக் கேற்றவரைத் தேடித்தராத அந்தப் 'பெற்ற பேய்கள்' எனக்கு எதை வாரிக்கொடுத் தால்தான் என்ன? ஓர் ஆணழகரை மட்டும் எனக்குத் துணைவராகச் செய்திருந்தால் போதுமே! சீதனமா வேண்டும், எனக்குச் சீதனம்!

பார்த்தேன். வண்டிக்கார வீரன் வாட்டத்தைப் போக்க முன்வந்தேன். வெற்றி பெற்ற வீராப்பில் பெருமூச்சுவிட்டேன். அகழ் பல கடந்து, அரும்பாடு பட்டு அந்நியனுடைய கோட்டையைக் கைப்பற்றியது போல ஆனந்தங் கொண்டேன். இதய வீதியில் எண்ணப்பட்டாளம்

ஜெயபேரிகை முழங்கிச் சென்றது. குனிந்து கிடந்த என் இளமை கொக்கரித்துக் கொடியேந்திப் புறப்பட்டது. "என்னடி வேசி! அளக்க ஆரம்பித்துவிட்டாய்" என்று ஆத்திரப்படுகிறீர்களா? சற்றுப் பொறுங்கள். இதோ பாருங்கள், வீரனுக்கும் உலகநாதருக்கும் உள்ள வித்தியாசங்களை!

உலகநாதரிடம் இளமை மட்டுமிருந்தது, வீரனிடம் அந்த இளமைக்கேற்ற அழகு இருந்தது! உலகநாதர் உருட்டுச் சட்டிப் பொம்மை; வீரன் வடிவழகன்! உலகநாதர் உன்மத்தர்; வீரன் விவேகி! உலகநாதரிடம் செல்வ மிருந்தது; சிங்காரமில்லை! வீரன் ஏழைதான். ஆனால், எழில் மிக்கவன் எனக்கு வேண்டியது. அது தானே! உலகநாதரின் குரலில் ஒரே கரகரப்பு, வீரனின் தொனியில் வீணை கிளப்பும் ஒலி! உலகநாதரின் கண்களுக்கு ஆந்தை அருமையான உதாரணம்; வீரனின் கண்களோ என் விலாவைக் குத்தி வேதனைக் கிளப்பிய வேல்கள்! உலகநாதரின் பல்வரிசை பார்க்கப் பயங்கரம்; வீரனின் பற்களோ முத்துக் கோவை!

அவ்வளவு ஏன்? வீரன் என்னை இந்திர விமானத்தில் இட்டுச் சென்றான். இன்பபுரியில் சுற்றுப் பிரயாணம் செய்ய.

வீரனுக்கும் எனக்கும் தொடர்பு இருப்பதை உலகநாதர் அறியவே இல்லை. அவர் அறியாதபடியே நான் நடந்துகொண்டேன். அவரது ஆசை மனைவிபோல நடந்தேன். அவரைக் கடவுளாகக் கருதுவதாகக் கூறினேன். பாதங்களைக் கண்களில் ஒத்திக்கொண்டேன். பாசமுள்ள பத்தினிமேல் பாசாங்கு செய்தேன். உலகநாதர் என்னை நம்பியே இருந்தார். இவ்வளவு நாடகமும் நான் ஆடாவிட்டால் அவர் என்னை நம்புவாரா? தலையை வலிக்கிறது என்று சொல்வார்; எனக்கே வலி ஏற்பட்டதாக வருத்தத்தை வரவழைத்துக் கொள்வேன், அவர் நன்றாக ஏமாந்து விடுவார். ஏமாறட்டுமே! எனக்கென்ன!

வீரன் என் வலையில் சாதாரணமாக விழுவேன் என்றானா? அப்பப்பா! எவ்வளவு கஷ்டம்? எஜமானி அம்மாள் ஆயிற்றே என்று முதலில் பார்த்தான். பெரிய இடத்து விஷயமாயிற்றே என்று கலங்கினான். 'ஒய்யாரக் கொண்டையாம் தாழம்பூவாம் உள்ளே இருக்குமாம் ஈரும் பேனும்' என்பதை அவன் எப்படி அறிவான். பாவம்!

எப்படியோ காரியம் கைகூடிற்று. என் கணவர் அடிக்கடி வெளியூர் சென்றுவிடுவார். வாசலில் கை கட்டி நிற்கும் வண்டிக்காரனுக்கு ரயிலுக்கு வண்டி கொண்டு போகும் வேலை மட்டுந்தானா? என்னை வட்டமிடும் வேலையும் வந்து சேர்ந்தது. உலகநாதர் ஊரிலே! நானும் வீரனும் உல்லாசபுரியிலே! அவர் காட்டிலோ மேட்டிலோ அலைவார். அதைப் பற்றிக் கவலையில்லை நாங்கள் கட்டிலிலே!

வீரனுக்கு முதலில் என்னைத் தீண்டுவதற்குப் பயம்! தீண்டிய பிற்பாடு அய்யா பார்த்துவிடுவாரோ என்ற அச்சம்! சங்கதி பரவிவிடுமோ என்ற சந்தேகம்! கடைசியில் அவர் எப்பொழுது வெளியூர் செல்வார் என்ற ஏக்கம்! இந்த நிலைமையில் எங்கள் காதல் வளர்ந் தது. மாதங்கள் ஒன்று இரண்டு இப்படிப் பல மாதங்கள்! ஏன் இரண்டு மூன்று வருடங்களும் ஆகிவிட்டன. இதில் இன்னொரு பயங்கரமும் நடந்துவிட்டது.நானும் வீரனும் சேர்ந்து கொலையும் செய்துவிட்டோம். என் வயிற்றில் வளர்ந்த இரண்டரை மாதச் சிசுவை யம லோகத்திற்கு அனுப்பினோம். அதற்கு வீரன்தான் மருந்து வாங்கிக்கொண்டு வந்து கொடுத்தான். பிறக்கும் குழந்தை வீரனைப்போல் இருந்துவிட்டால் என்ன செய்வது என்ற பயமே கொலைக்குக் காரணம். இப் பொழுது நீங்கள் சொல்லுங்கள் கண்ணம்மா ஒரு கொலைகாரி என்று. அதைப்பற்றி எனக்குக் கவலையில்லை. என் உடம்பில் ஏதாவது கூச்சம் இருந்தால் தானே! என் மனசுதான் மறத்துப் போய்விட்டதே!

குழந்தையை அழித்த சில நாட்களுக்குப் பிறகு வீரனுக்கும் எனக்கும் நடுவே ஒரு தொய்வு ஏற்பட்டது. பேசுவதை

திடீரென்று வீரன் என்னுடன் நிறுத்திவிட்டான். என்னைக் கண்டாலே பிடிக்காதவன் போல் நடந்துகொண்டான். நான் ஏதாவது கேட்டால் 'வெடுக்'கென்று பதிலைச் சொல்லிவிட்டு நகர்ந்து விடுவான். எத்தனையோ முறை உலகநாதர் வெளியூர் சென்று வந்தார். நான் அந்த நேரங்களை யெல்லாம் தனியாகவே கழித்து வந்தேன். பலமுறை வீரனுக்கு ஆள் அனுப்பிப் பார்த்தேன். அவசரச் செய்தி என்று கூப்பிட்டேன். ஒன்றுக்கும் அவன் அசையவில்லை. காரணந் தெரியாது விழித்தேன்.

என்னுடைய கலக்கத்தைக் கண்டு என் கணவர், "என்ன கண்ணம்மா வருத்தம்?" என்று கேட்பார். "ஒன்றுமில்லை; உடம்பு சரியில்லை" என்பேன். உடனே அவர் எனக்குச் சிகிச்சைகள் செய்ய ஆரம்பிப்பார். அவர் அறிந்துகொள்ள முடியாத நோய் எனக்கு! அதை நீக்க அவர் கொண்டுவந்து தர முடியாத மருந்து ஒன்று இருந்தது. அதை அவர் எப்படி அறிவார், பாவம்! இந்த நிலையிலே ஒரு சில மாதங்கள் ஓடின.

என்னுடன் பட்சமாயிருந்த உலகநாதரும் திடீரென்று மாறிவிட்டார். எப்பொழுதும் சிந்தனை; எப்பொழுதும் வெறுப்பு; எப்பொழுதும் கடுகடுப்பு!

சாதாரண வேளையிலேயே என் நாயகரைப் பார்க்க ஆயிரங் கண்கள் வேண்டும். அதுவும் இந்த நிலைமையிலேயே எப்படி இருப்பார் என்று நான் சொல்லவும் வேண்டுமா! அவர் இப்படி ஒரேயடியாக மாறிவிட்ட தற்கு எனக்குக் காரணம் புரியவில்லை. ஒருவேளை வீரனுக்கும் எனக்கும் உள்ள "இரகசியம்" அம்பலமாகி விட்டதோ என்று நடுக்கமுற்றேன். அல்லது வேறு ஏதாவது புதுவித வியாதியோ என்று ஐயமுற்றேன். நான் எந்த முடிவுக்கும் வர முடியவில்லை. ஒரு பக்கம் வீரனில்லா வாழ்வு! இன்னொரு பக்கம் உலகநாதர் பற்றிய ஆராய்ச்சி! இரண்டிற்கும் நடுவில் நின்று தவித்தேன். உலகநாதரிடம் எவ்வளளோ கேட்டுப் பார்த் தேன். அவர் மௌனமே சாதித்தார்.

ஒரு நாள் இரவு 9 மணிக்கு இருக்கும். உலகநாதர் எங்கேயோ போய்விட்டு வீட்டுக்கு வந்தார். ஊஞ்சலில் உட்கார்ந்தார். நானும் அவர் அருகில் அமர்ந்தேன். அவருடைய முகத்தைக் காணச் சகிக்கவில்லை. அந்த அகண்ட சச்சிதானந்த விழிகளைப் புருவத்தின் பக்கம் ஏற்றி எங்கேயோ யோசனையை ஓட்டிக்கொண்டிருந் தார். நான் நடிக்க ஆரம்பித்தேன். ஊஞ்சலிலிருந்து கீழே விழுந்துவிட்டேன். உண்மையாக அல்ல, உலக நாதரை ஏமாற்ற. உலகநாதர் என்னை வாரியெடுத்துத் தடவிக் கொடுத்தார். அந்த ஸ்பரிசத்தால் என் வலி நீங்குமென்று அவர் எண்ணியிருக்கலாம். 'வீர னிருக்க வேண்டிய இடத்தில் இந்த வீணனா' என்று என் மனம் துடித்துக்கொண்டதை அவர் எப்படி அறிவார்? மறு படியும் ஊஞ்சலில் உட்கார்ந்தோம். ஊஞ்சல் அசைந் தது; உலகநாதரும் பேச்சை ஆரம்பித்தார்.

எங்கள் பண்ணையிலே தலையாரி உத்தண்டி என்று ஒரு கிழவன் வேலை பார்த்து வந்தான். அவனுக்கு ஒரு மகள். அவள் பெயர் குமுதம். அந்தக் குமுதம் அழகி தான். அந்தக் குமுதத்தின்மேல் என் பிராணபதிக்கு மோகம் ஏற்பட்டுவிட்டது. என்னைத் திருப்திபடுத்த முடியாத அந்த அழகு துரை குமுதத்தின் மேல் பாய்ந்துவிட்டார். பணக்கார ரல்லவா? பார்த்த பெண் களை யெல்லாம் காதலிப்பதுதானே பணக்காரத் தத்துவம்! 'குமுதத்தோடு கொஞ்சவேண்டு'மென்று என்னிடம் கூறினார் தாராளமாகச் செய்வதுதானே, என்று என் விருப்பத்தை வெளியிட்டேன். அதற்கு ஒரு தடங்கல் இருக்கிறதென்றார். என்ன தடை? என்று நான் கேட்டேன். அவர் அதை சொன்னார். வீரன் என்னை மறந்து விட்டதன் இரகசியத்தை அப்பொழுது தான் தெரிந்து கொண்டேன்.

உலகநாதர் விரும்பிய குமுதாவுக்கு ஓர் அத்தான் உண்டு. அவன்தான் என்னை அடிமை கொண்ட அன்பன் வீரன் "குமுதாவுக்கும் வீரனுக்கும் காதலாம். இருவரும் கல்யாணம் செய்துகொள்ள முடிவு செய்து விட்டார்களாம். கல்யாணமும் சீக்கிரம் முடியப் போகிறது" என்று உலகநாதர் கூறினார்.

அந்தச் சமயத் தில் என் முகத்தில் தோன்றிய கீறல்களை உலகநாதர் பார்த்திருந்தால் ஆச்சரியப்பட்டிருப்பார். நான் இறந்து போய் விட்டதாகவே கருதினேன். ஆத்திரத்தை அடக்கிக்கொண்டு, "வீரனுக்கும் குமுதாவுக்கும் காதல் என்று உங்களுக்கு எப்படித் தெரியும்?" என்று கேட்டேன். (குடியானவர் தெரு கொல்லைப்புறத்து வாய்க்கால் ஓரத்தில் இருவரும் இரகசியம் பேசிக்கொண் டிருந்ததைத் தாம் கண்டதாக என் கணவர் கூறினார்.) அதோடு உலகநாதர் நிற்கவில்லை. "கண்ணம்மா! என் கண்ணல்ல.... நான் உன்னை அலட்சியப் படுத்துவதாக நினைக்காதே.... எப்படியாவது ஒருநாள் .... குமுதா என் படுக்கையை அலங்கரிக்க வேண்டும். இதை நீதான் செய்யவேண்டும். தயவுசெய்! உன் தாளைப் பிடிக்கிறேன். இரங்கமாட்டாயா?" என்று கெஞ்சினார், கதறினார், பல்லைக் காட்டிப் பிச்சைக் கேட்டார். எனக்கும் ஒருயோசனை தோன்றிற்று; அது மிகவும் அருமையான யோசனையாகத்தான் முடிந்தது.

குமுதாவையும் வீரனையும் பிரித்து விட்டால் மீண்டும் வீரன் என்னை நெருங்குவான் என்று தீர்மானித்தேன். குமுதாவை உலகநாதரிடம் அளித்துவிட்டால் அவளிடமே குலவிக் கிடப்பார். வீரனும் நானும் வேறு அந்தப்புரம் அமைத்துக் கொள்ளலாம், அவர் அதைக் கவனிக்க முனையமாட்டார் என்று முடிவு கட்டினேன். ஆகவே, குமுதாவை என் கணவருக்குக் கூட்டிவைக்க யோசனை சொல்லிக் கொடுத்தேன். குமுதாவை ஒரு விபசாரி ஆக்குவதன் மூலம் இழந்த வீரனை இழுத்து விடலாமென்ற தைரியம் எனக்கு! "அடி துரோகி! நீ கெட்டதோடு இருக்கக் கூடாதா? குமுதாவையுமா அப்படிச் செய்ய வேண்டும்?" என்று கேட்கிறீர்களா? அதற்கு நான் என்ன செய்வேன்? என் வீரனை அடைய வேறு வழி ஏது? குமுதா வேண்டுமானால் தன் கற்பின் திறமையைக் காட்டுவதுதானே!

மறுநாள் பொழுது விடிந்தது, என் யோசனைப்படி உலகநாதர் உத்தண்டிக் கிழவனைக் கூப்பிட்டனுப்பினார், 'குமுதா வீட்டில் வேலை செய்யவேண்டும்' என்றும்,

கண்ணம்மாவுக்குத் துணையாகச் சில நாட்களுக்கு இருக்க வேண்டு மென்றும் சொன்னார். கிழவன் சிறிது தடுமாறினான். குமுதாவுக்கு மாதச் சம்பளம் இருபது ரூபாய் என்று குறிப்பிட்டார். கிழவன் ஏமாந்துவிட்டான். பணத்தைப் பார்க்காதவன் தானே! அந்தப் பஞ்சை! குமுதாவை எங்கள் வீட்டுக்கு வேலைக்காரியாக அனுப்பிவிட்டான். குமுதாவை நான் இரண்டு வருடங்களுக்கு முன்பு பார்த்தது. ஆனால், இப்பொழுது குமுதா பருவமடைந்த மங்கை. அவளுடைய லாவக மான நடையும், முகத்தின் களையும் பெண்ணான என்னையே ஆசைப்பட வைத்தது.

குமுதா வீட்டுக்கு வந்தது முதல் மிகவும் மரியாதையாகவே பழகினாள் அவளுடைய சிந்தனை மட்டும் எங்கேயோ இருந்தது. அதை அவளால் மறைத்துக் கொள்ள முடியவில்லை. அடிக்கடி வாசல் பக்கம் செல்வாள். எங்கேயோ சுற்றுமுற்றும் பார்ப்பாள். எனக்கல்லவா தெரியும், அவள் யாரைப் பார்க்கிறாளென்று! அந்தச் சிறுமி வீரனிடங் கொண்டிருந்த கள்ளங் கபடமற்ற காதலில் நான் நச்சுப் பொடித் தூவ தயாராய் இருந்தேன்.

குமுதா வீட்டிற்கு வந்து இரண்டு நாட்கள் கழிந்தன. ஒருநாள் இரவு நான் அவளோடு சம்பாஷணை துவக்கினேன். இதற்குள் என் கணவர் பட்டபாட்டை நினைத்துக்கொண்டு நானே சிரித்தேன், குமுதா தன் வீட்டுக் கதைகளையெல்லாம் சொன்னாள். நான் அவள் பேச்சில் என் பசப்பு வார்த்தைகளைப் பின்னிக் கொண்டே வந்தேன். எங்கெங்கோ ஆரம்பித்துக் கடைசியில் உலகநாதர் குமுதாவிடம் கொண்டிருக்கும்ஆசை வரையில் கூறிவிட்டேன். குமுதா ஒன்றும் பேச வில்லை. பேசாமற் போய்ப் படுத்துக் கொண்டாள். சற்று நேரத்திற்குப் பிறகு குமுதா விம்மி விம்மி அழுத சப்தம் மட்டும் எனக்குக் கேட்டது. அன்றிரவு அதோடு முடிந்தது.

மறுநாள் காலை கொல்லைப்புறத் தோட்டத்தில் குமுதா தன் தகப்பனுடன் பேசிக்கொண் டிருந்தாள். குட்டி தப்பித்துக்

கொள்வாளோ என்ற பயம் எனக்கு. "குமுதா! குமுதா!" என்று அதட்டலாகக் கூப்பிட்டேன். ஓடிவந்துவிட்டாள். எனக்குத் தெரியாமல் அவள் கண்களைத் துடைத்துக் கொண்டதை நான் பார்க்காமலில்லை. வீரனை நான் மறுபடியும் அடையும் பொருட்டு நான் குமுதாவை என்ன செய்தால்தான் என்ன? என்னை வந்தடையும் பழி பாவங்களுக்கு நானா பொறுப்பாளி? 'எண்ணியபடி எதுவும் நடக்காது' என்ற சட்டமும், 'அவனன்றி ஓர் அணுவும் அசையாது' என்ற உறுதியும் இருக்கிற உலகத்திலே நான் ஒரு குற்றமற்றவள் தானே! இந்தத் தைரியத்தில்தான் குமுதாவின் நல்வாழ்வில் நஞ்சைக் கலந்தேன். அந்தக் காரியத்தைச் செய்யும்பொழுது என் உடல் பதறவில்லை தான். தோட்டத்தில் உத்தண்டியைச் சந்தித்து குமுதா பேசிய அன்றிரவேதான் நான் அந்தச் சதியைச் செய்தேன். உங்கள் பாஷைப்படி அது 'சதி'யாக இருக்கலாம். ஆனால், அந்தக் காரியம்தான் என் தலை விதியைத் தலைகீழாக மாற்றிய மாபெரும் புரட்சி ! என் சுயநலத்துக்காகக் குமுதாவைக் கொலை செய்தால்தான் என்ன?

குமுதா

வேண்டுமானால் என்னைக் கொலை செய்திருக்கலாம். சந்தோஷத்தோடு செத்திருப்பேன். ஆறிலும் சாவு தான், நூறிலும் சாவுதான். ஆனால், எனக்கு வாழ்க்கையிலே ஆசை ஏற்பட்ட பிறகு சாகத் துணிவது சாமான்யமாகத் தோன்றாமல்தான் இருந்தது. கண்ணம்மா செய்த வேலை என்னை ஒரு வீராங்கனையாக்கிவிட்டது. சாவோடு விளையாடத் தயாராகி விட்டேன். "ஏன் இந்த முடிவுக்கு வந்தாள் குமுதா?" என்று நீங்கள் சந்தேகப்படுவீர்கள். முதலில் என்னைப் பற்றிய குறிப்பைப் படியுங்கள்.

நான் உத்தண்டியின் மகள். குழந்தையாயிருக்கும் பொழுதே தாயார் இறந்துவிட்டாள். என் குலத்திலே இல்லாத வழக்கமாக எனக்கு ஐந்தாவது வகுப்பு வரையில் கல்வி கற்றுக் கொடுக்கப்பட்டது. அந்த ஆரம்பப் படிப்பை வைத்துக்கொண்டுதான் இந்தக் கடிதத்தை எழுதுகிறேன். ஆனால் எனக்கு ஒரு வருத்தம். இந்தக் கடிதத்தை என் அத்தான் படிக்காவிட்டாலும் யார் கையிலாவது அகப்பட்டு நான் குற்றமற்ற நிரபராதி என்பது ருசுவாகி விட்டால் போதும். உலகத்திலே ஒருவராவது 'குமுதா குற்றமில்லாத பெண்' என்று கூறமாட்டார்களா?

நான் படித்த பெண்தான். படித்திருந்தாலும் படிந்த மனப்பான்மை உள்ளவள். நாகரிகத்தின் நாசுக வேலைகளால் உள்ளத்தைக் குரங்கைப்போல ஆக்கிக் கொண்ட பெண்களின் இனத்தைச் சேர்ந்தவள் நானல்ல என்பதை நீங்கள் கட்டாயம் நம்பவேண்டும்.

இந்த உலகத்திலே எத்தனையோ குமரிகள் தங்கள் வாழ்க்கையைத் தாங்களாகவே வீணாக்கிக் கொள்கிறார்கள். எனக்கு ஏற்பட்ட நிலைமை நானாகத் தேடிக் கொண்டதல்ல.

வீரன் என் அத்தை மகன். அத்தான் படிக்காத ஆள். ஆனால், என் வாழ்க்கைத் துணைவராக இருப்பதற்கு லாயக்குள்ளவர். அவரோடு ஆனந்தமாகக் காலத்தைக் கடத்தலாம் என்று நம்பினேன். நான் நினைத்ததிலே தவறில்லை. நம்பியதுதான் முட்டாள் தனமாகிவிட்டது. என் தகப்பனார் என்னை வீரனுக்கு மணமுடிப்பதாகக் கூறிய பின்னரே நான் அவரோடு பழக ஆரம்பித்தேன். அதுவரை என் சிந்தனையில் எந்த துர் எண்ணங்களும் இடம் பெறவில்லை. அத்தானுடைய அழகுகளைப் பற்றி நான் கூறவே தேவை யில்லை. அவருக்கு நான் அடிமையாகி விட்டேன் என் றால், அந்த ஒரு வார்த்தை போதாதா? அத்தான் என்மேல் வைத்த ஆசை மாறக்கூடாதே என்பதற்கு வேண்டுமானால் நான் என்னைச் சிங்காரித்துக் கொள்வதுண்டு. வைர ஜோடிப்புகளா எனக்கு இருந்தது? கொல்லையில் கிடைக்கும் முல்லையும், தோட்டத்துத் தாழம்பூவுமே எனக்கு ஆபரணங்கள். கண்ணாடி வளையல்களைத்தான் என் கைகள் அறியும்.

எப்படியோ நானும் அத்தானும் ஒன்றுபட்டு விட்டோம். அவர் என்னை உண்மையாகவே காதலித்தார். அவருக்குக் காதல் என்றால் இன்னதென்று தெரியுமோ தெரியாதோ! என்னை அடிமையாக்கிக் கொள்ள மட்டும் அவரிடம் ஒரு சக்தி இருந்தது. சதா என் இருதயப் பீடத்திலே அத்தானை அமரவைத்துப் பூஜித்துக்கொண்டிருந்தேன். அந்த இடத்திலே யாரும் எட்டிப் பார்க்கவும் முடியாது. அப்படி இருந்த அதே குமுதாதான் வெட்க மில்லாமல் இந்தக் கடிதத்தை எழுதுகிறாள். நான் கடிதமா எழுதுகிறேன். இல்லை கதறுகிறேன்! கடிதமா இது! இல்லை, கண்ணீர்த் தேக்கம்! எழுத்துக்களா இவைகள்! இல்லை, இதயத்தைப் பொத்துக்கொண்டு பீறிட்டுக் கிளம்பிய இரத்தத் துளிகள்!

அன்றிரவு......அய்யோ.... அதை நினைத்தாலே குலை நடுங்குகிறதே! என் தகப்பன் ஆசையைக் கெடுக்காமல் உலகநாதர் வீட்டுக்கு வேலைக்காரியாகச் சென்றேன். கண்ணம்மா என்னை அவருக்கு வெள்ளாட்டி யாக்க முயன்றாள். ஒருநாள் இரவு அந்தப் பேச்சை எடுத்தாள்.

புருஷனுக்குப் பெண் தேடும் அவசியம் அவளுக்கு ஏன் ஏற்பட்டதோ எனக்குத் தெரியாது. என்னென்னவோ தளுக்குமொழிகள் பேசினாள். நாசுக்காக என்னை நடத்தினாள். வெட்டப்போகிற கிடாவுக்கு மஞ்சள் தெளித்து மாலை போடுகிறாள் என்பதை நான் முதலில் புரிந்துகொள்ளவில்லை. விஷயத்தை உணர்ந்து விம்மினேன். வீரனிடம் அதைச் சொல்லித் தப்பித்துக் கொள்ள திட்டம் போட்டேன். வீரனைக் காணவே இல்லை. அப்பா வந்தார். அவரிடம் விஷயத்தை முழு வதும் சொல்ல முடியவில்லை. அதற்குள் எஜமானி கண்ணம்மா கூப்பிட்டுவிட்டாள்; காரியம் மிஞ்சி விட்டது.

அன்றிரவு மணி பத்து இருக்கும். உலகநாதர் ஊரில் இல்லை என்று கண்ணம்மாள் சொன்னாள்.

எனக்குச் சற்று நிம்மதியாக இருந்தது. காலையில் எப்படியாவது என் வீட்டுக்கு ஓடிவிடலாமென்று தீர்மானித்துச் சந்தோஷப்பட்டேன்.

கண்ணம்மா அப்பொழுது எனக்கு ஒரு கட்டளை யிட்டாள். சாதாரண வேலைதான்; அதுதான் சதியாக முடிந்தது. புலியின் அகண்டவாய்க்குள்ளே ஒரு பிள்ளையைத் தவழ்ந்து செல்லும்படி ஆணை பிறந்தது.

"வெள்ளிக்கோப்பை அந்த அறையிலே இருக்கிறது. அதை எடுத்துவா குமுதா!" என்றுதான் கண்ணம்மா கூறினாள். நான் அதை எடுத்துவர அறையில் நுழைந்தேன். திடீரெனக் கதவுகள் மூடிக்கொண்டன. திரும்பிப் பார்த்தேன்; உலகநாதர் நின்றார். நின்றது மட்டுமல்ல; கலகலவெனச் சிரித்தார். "தோற்றாய் குமுதா, தோற்றாய்" என்று ஒரு பிசாசு அலறுவது போல் இருந்தது. என் நிலைமை தவறிவிட்டது. உலகமே கிறுகிறுவெனச் சுழன்றது. ஆகாய வெளியிலே ஒரு பயங்கரச் சப்தம் கேட்பதுபோல் தெரிந்தது. பல மின்னல்கள்! இடி முழக்கங்கள்!

அதற்குப் பிறகு என்ன நடந்தது என்றே எனக்குத் தெரியாது. கண்ணை விழித்துப் பார்த்தேன். கட்டிலில் படுத்திருப்பதாக உணர்ந்தேன். அருகில் உலக நாதர் சயனித்திருந்தார். ஏதோ சூரிய மண்டலத்தையே சுற்றி வந்துவிட்டவர் போலச் சிரித்தார்; என்னென்னவோ பேசினார். எதுவும் என் காதில் விழவில்லை. காமாந்தகாரப் பூதத்தின் இரத்தந் தோய்ந்த நகங்களால் என் இதயம் கிழிக்கப்பட்டு விட்டது. அதகடைவாய்ப் பற்களின் கூர்மை என்னைப் பிளந்தெறிந்தது. நான் இப்பொழுது ஒரு வேசி! விபசாரி! குமுதாவின் உடலை ஒருவன் ருசிபார்த்து விட் டான். என் உள்ளத்தை அந்த உன்மத்தன் அடிமைப் படுத்தவில்லை; அதற்காக நான் பரிசுத்த மனுஷி என்று பறை சாற்றிக்கொள்ள முடியுமா?

இராமாயணத்திலே சீதை, "ராமப்ரபூ! இராவணன் என் உடலைத் தீண்டினானே தவிர உள்ளத்தைத் தீண்டவில்லை" என்று கூறி தப்பித்துக் கொண்டாளாம். அதுபோல நான் வீரனிடம் நல்ல பெயர் வாங்க நினைக்கவில்லை. இன்னொருவன் தொட்ட குமுதாவைக் கபடமற்ற வீரன் தொடுவதா? அன்னியனுடைய எச்சிலை அத்தானுக்கு வழங்குவதா? பக்கத்திலே இருந்தான்; பார்த்தேன். வெற்றிச்சிரிப்பு சிரித்தான்; நான் வெகுளவில்லை. அணைத்தான்; அடங்கி விட்டேன். பலாத்காரச் செயல்தான்! தடுக்கும் தைரியம் எனக்கு வரவே இல்லை."ஏண்டி குமுதா! உன்னை மீறியா ஒன்று நடந்துவிடும்?" என்று கேட்பீர்கள்; உண்மைதான். ஆனால், நடந்துவிட்டதே, என்ன செய்வேன்?

புளிப்புக் கலந்த பாலாகி விட்டேன்; விஷங்கலந்த உணவாகி விட்டேன். ஆனால் நான் விபசாரியாக வாழ நினைக்க வில்லையே! அதற்காக நீங்கள் இரங்கலாகாதா? என்னை மன்னிக்கக் கூடாதா? என் கடிதத்தை மறு முறையும் படித்துப் பாருங்கள். கண்ணம்மா என்னை வஞ்சித்தாள்! 'பெரிய இடத்துப் பெண்மணி' இந்த வேலை செய்தாள்; செல்வர் வீட்டுச் சீமாட்டி சதி புரிந்தாள், தன் கணவனைத் தாசி வீட்டுக்குத் தூக்கிச் சென்றதாக நான் நளாயினி கதை படித்ததுண்டு. இந்தக் கலியுக நளாயினி என்னையே அவள்

கணவனுக்குக் காணிக்கை யாக்குவாள் என்று நான் கருத வில்லை.

இனி இந்த விபசாரிக்கு ஏன் வாழ்வு! வைர நகை போட்டறியாத குமுதா வைரத்தையே பொடி செய்து சாப்பிட்டு விட்டாள். ஆம், எஜமானியம்மாளின் வைர மூக்குத்தியைத் தூள் செய்து சாப்பிட்டுவிட்டேன். எந்த எஜமானி என்னை அவளது கணவனின் கட்டிலறைக்கு அனுப்பினாளோ, அதே எஜமானியின் மூக்குத்தி என்னைக் கைலாசத்திற்கு அனுப்பட்டும்.

அத்தான்! என்னை மன்னித்து விடுங்கள். குமுதா அழுக்குப்பட்டவள்; களங்க மடைந்தாள். அவளை மறந்து விடுங்கள்!

மனித சமூகமே! நீ இனிமேலாவது உலகநாதர்களை உற்பத்தி செய்யாமல் இருக்கமாட்டாயா! கண்ணம்மாக் களைக் காசினிக்கு அனுப்பாம லிருக்கமாட்டாயா? அந்த வேண்டுகோளின்மீது என் உயிரை உனக்கு அர்ப் பணிக்கிறேன். என் உடலை மண்ணாக்குகிறேன்.

அத்தான்! அத்தான்!!

இப்படிக்கு இறக்கப் போகும்

குமுதா

வீரன்

அத்தான்! அத்தான்! என்ன வேண்டியிருக்கு. அத்தான்! அந்தப் பாதகி என்னை அப்படியா வஞ்சிப்பது? படிக்காத முட்டாள்தானே என்ற எண்ணமா அவளுக்கு! குழந்தையிலிருந்து குமுதா என்றால் எனக்கு அலாதிப் பிரியம். அவளும் அப்படித்தான்.

"அப்படிப்பட்ட குமுதாவை ஏண்டா வீரா பாதகி என்று கூறுகிறாய்?" என்று நீங்கள் கேட்பது சகஜம். அதற்குமுன் என் வரலாற்றைக் கேளுங்கள். என் வரலாறு வேடிக்கையானது. வண்டி போகும் பாதையைப்போல வளைவுகள் நிரம்பியது. மேடுபள்ளங்கள், குண்டு குழிகள் ஏராளம்.

உத்தண்டி மாமா உலகநாதர் பண்ணைத் தலையாரி, அவருடைய மகள்தான் குமுதம். குமுதத்தை எனக்குக் கட்டிக்கொடுப்பதாக உத்தண்டி மாமா உறுதி கூறி யிருந்தார். நான் குமுதாவைக் கல்யாணம் செய்து கொள்வதாயிருந்தால் ஏதாவது சம்பாதிக்கும் வழியைத் தேட வேண்டாமா என்று யோசித்தேன். அதற்காக என் உத்தண்டி மாமா சிபார்சு செய்தார். உலக நாதர் வீட்டு வண்டிக்காரனாக அமர்ந்தேன். வண்டிக் கார உத்தியோகத்திற்கு ஊதியம் மாதம் ரூபாய் ஐந்து. உலகநாதர் வீட்டிலேயே சாப்பாடு. வண்டிக்காரனுக்கு வாய்க்காத சுகம் வலுவில் வந்தது. அடிக்கடி எஜமானர் ஊருக்குப் போவார். எஜமானர் ஊருக்குப் போய் விட்டால் கண்ணம்மா எனக்குச் செய்யும் உபசாரங்கள் பலமாயிருக்கும். வெகுநாள் வரையில் எனக்கு அது ஏன் என்று புரியவில்லை.

ஒருநாள் கண்ணம்மா, உலகநாதருக்கு வீட்டைப் பற்றிய கவலையே இல்லை என்று குறைப்படலம் ஆரம்பித்தாள். "ஆமாங்க அண்ணி" என்று நான் தலையசைத்தேன். இன்னொருநாள், "உலகநாதர் நடத்தையே சரியில்லை வீரா!" என்று கண்ணம்மா கூறினாள். அதற்கும் ஆமாம் போட்டுவிட்டு நகர்ந்தேன். "உட்காரு வீரா! அவரும்

ஊரிலில்லை. ஏதாவது ஊர்க் கதை இருந் தால் சொல்லு!" என்று வற்புறுத்தினாள். இரவு பத்து மணி வரையில் என்னென்னவோ வம்பளந்தாள். பிறகு வீட்டுக்குத் திரும்பிவிட்டேன். எனக்கு வீடு ஏது? மாமன் வீட்டுத் திண்ணையில்தான் படுக்கை.

மற்றொருநாள், "உலகநாதரைக் கண்டாலே எனக்குப் பிடிக்கிறதில்லை. சுத்த அசடு!" என்று கண்ணம்மா கதையைத் துவக்கினாள். நானும் உட்கார்ந்து கதையைக் கேட்டுக்கொண்டிருந்தேன். "உலகநாதரோடு வாழ்க்கை நடத்துவதே கசப்பாக இருக்கிறது" என்று முடித்தாள். "எல்லாம் சரியாகிவிடும் அம்மா" என்று சொல்லிவிட்டு எழுந்தேன். "என்னப்பா அவசரம்!" என்று என் துண்டைப் பிடித்து இழுத்தாள் கண்ணம்மா. எனக்குத் தூக்கிவாரி போட்டது.

பெரிய இடத்துப் பெண்ணுடன், அதுவும் இளம் வயதுள்ள பெண்ணுடன்; உட்கார்ந்து பேசிக்கொண்டிருப்பதே எனக்குப் பயத்தைக் கொடுத்து வந்தது. நிலைமை இப்படி விபரீதமாகிவிட்ட பிறகு என்னால் என்ன செய்ய முடியும்? "விடுங்கள் அம்மா" என்று கூற வாயைத் திறந்தேன். வாயில் நீரில்லை; வற்றிவிட் டது. நாக்கை அசைக்கவும் முடியவில்லை. ஈரமில்லாத தொண்டைக் குழியில் ஏதோ ஒரு தொந்தரவு ஏற்பட்டதுபோல் இருந்தது. அதற்குள் நான் மெய் மறந்துவிட்டேன். கண்ணம்மாவின் கரங்கள் என் தலையைக் கோதிக்கொண் டிருந்தன. என் 'முண்டாசு' அவிழ்ந்து விழுந்து விட்டதையும் அப்பொழுதுதான். பார்த்தேன். ஒரு நல்ல இடத்து ஸ்திரீ இவ்வளவு கேவலமாகப் போய்விட்டாளே என்ற ஆச்சரியத்தால் என் இருதயம் வாயு வேகத்தில் அடித்துக்கொண் டிருந்தது. உலகநாதர் பண்ணையைப் பற்றி ஊரிலே எவ்வளவு புகழ் ! அந்த வீட்டு அம்மாள் சாதாரண ஒரு கூலிக்காரனுக்கு ஆசை நாயகியாக ஆவதென்றால் எவ்வளவு மட்டரகமான தன்மை என்பதை முதலில் சிந்தித்தேன். சிந்தனை நீண்டநேரம் நிற்கவில்லை.சிசுப் பருவத்திலேயே சிதைந்துவிட்டது. எஜமானியம்மா ளுக்கு விரோதமாக

நடக்கவோ, விருப்பத்தை மறுக்கவோ எனக்கு மனம் வரவில்லை. தாட்சண்யத்திற்காகத் தலையசைத்துவிட்டேன். குமுதாவின் மேலிருந்த அன்பைக்கூட கொஞ்சநாள் ஒத்திப்போட்டிருந்தேன். எனக்கும் கண்ணம்மாவுக்கும் பிறகு கேட்க வேண்டியதில்லை. உலகநாதரைவிட என் பதவி ஒருபடி உயர்ந்ததாக மாறிவிட்டது. காலம் போனதே தெரியவில்லை. மகாராணியின் அன்பை ஒரு குதிரைக்காரன் பெற்றதாக 'ராஜாபர்த்ருஹரி' கதையிலே பார்த்திருக்கிறேன். அவனுக்கும் எனக்கும் என்ன வித்தியாசம்? உண்மையாகவே உலகநாதருக்கும் கண்ணம்மாவுக்குந்தான் பெருத்த வித்தியாசம். வண்டியிலே 'சண்டி' மாட்டையும், 'ஜாதி' மாட்டையும் ஒன்றாகக் கட்டி ஓட்ட முடி யுமா? எப்படியோ கண்ணம்மாவுக்கு நான் தேவையான பொருளாகிவிட்டேன். அவள் எனது பாதங்களில் விழுந்து கிடந்தாள்.

ஒருநாள் கண்ணம்மா என்னிடம் ஒரு துண்டுக் காகிதத்தைக் கொடுத்தாள். அதில் என்ன எழுதியிருக் கிறது என்று அவளை நான் கேட்டேன். "ஒரு மருந்து" என்றாள். அதோடு நிற்கவில்லை; "எல்லாம் உன்னால் தான்" என்று கூறி உடம்பை லாவகமாக அசைத்தாள். "புரியவில்லையே" என்று சொல்லி நான் விழித்தேன். பிறகு விவரத்தைச் சொன்னாள். தார்க்குச்சியால் உடம் பில் 'சுளீர்' என்று குத்தியதுபோல் இருந்தது எனக்கு. அவளுக்குக் குழந்தை பிறந்தால் என்னைப் போலப் பிறந்துவிடும் என்ற பயம். இங்கிலீஷ் மருந்துக்கடையில் நான் அந்த மருந்தை வாங்கிவந்தேன். அதைக் கொடுக்கும்போது கடைக்காரர் என்னை வெறித்துப் பார்த்தார். நான் திரும்பிப் பார்க்காமலே வந்துவிட் டேன். கண்ணம்மா அதை சாப்பிட்டாள். கர்ப்பத்தைக் கருவோடு தொலைத்துவிட்டோம்.

இருந்தாற்போலிருந்து என் மனதில் எதோ ஒரு புயல் வீச ஆரம்பித்தது. வாழ்க்கை வண்டி பெரியதொரு பள்ளத்தில் சிக்கிக் கவிழ்வதுபோல் தெரிந்தது. கண்ணம்மாளையும் என்னையும் பற்றி ஊரில் ஏதேதோ பேசிக்கொள்வதாகக் காதில் விழுந்தது. பிறகு கண்ணம்மாவுடன் பேசுவதை

நிறுத்திவிட்டேன். அவளை நிமிர்ந்து பார்ப்பதுகூடக் கிடையாது.

எனது ஆசைகள் எல்லாம் குமுதாவிடம் திரும்பின.

குமுதாவைக் கல்யாணம் செய்துகொள்ளும் நாளை எதிர்பார்த்துக் கிடந்தேன். தை மாதத்தில் கல்யாணத்தை முடிக்கப் போவதாக உத்தண்டி மாமா கூறினார்; எனக்கு அடக்க முடியாத ஆனந்தம்! நான் குமுதாவை மனப்பூர்வமாக நம்பினேன். என்னை ஏமாற்றமாட்டாளென்று எண்ணிக்கிடந்தேன். ஆனால், இலவு காத்த கிளியாக ஆகிவிட்டேன். குமுதா உலக நாதர் வீட்டுக்கு வேலைக்காரியாகப் போனாள். போகும் போதுகூட நானும் அவளும் வெகுநேரம் பேசிக்கொண்டிருந்தோம். அடிக்கடி தன்னைச் சந்திக்கும்படி கூறினாள். இரண்டு சொட்டுக் கண்ணீர்கூட விட்டாள். எல்லாம் பசப்பு என்பது எனக்கு அப்போது புரிய வில்லை. நான் அவளை நம்பி எஜமானியையே புறக் கணித்து வந்தேன்.

ஆனால்....அன்றிரவு

அடாடா.. அதை நினைத்தாலே இரத்தங் கொதிக்கிறது. வண்டி மாடுகளுக்குத் தீனி வைத்துவிட்டு வீட்டுக்குப் புறப்பட்டுக் கொண் டிருந்தேன். கண்ணம்மா ஓடிவந்தாள். என்னைப் பரபர வென்று இழுத்துக்கொண்டு வீட்டுக்குள் போனாள். எனக்கு ஒன்றுமே தோன்றவில்லை. திமிரிக்கொண்டு போகவும் முடியவில்லை. என்ன இருந்தாலும் பழைய கண்ணம்மா தானே! வீட்டின் தாழ்வாரத்திலுள்ள அறைப் பக்கம் இழுத்துச் சென்றாள். அறையின் ஜன்னலிலுள்ள துவாரத்தின் வழியாக என்னை உள்ளே பார்க்கச் சொன்னாள். பார்த்தேன். அதைப் பார்த்த போது என் மனம் பட்ட பாட்டை எப்படி வர்ணிக்க முடியும்? கண்ணம்மா மட்டும் என்னை உடனே இழுத் துக்கொண்டுபோய் விடாவிட்டால் அந்த அறை தூள் தூளாகியிருக்கும். குமுதா என் கையால் இறந்திருப்பாள்.

"உன் ஆசைக் காதலி குமுதாவின் யோக்கியதை பார்த்தாயா?" என்று கேட்டாள் கண்ணம்மா!

நான் என்ன சொல்வது! குனிந்த தலை நிமிரவில்லை. என் உடல் சூடேறிப் போய்விட்டது. கண்ணம்மா மட்டும் என்னை அவளுடைய அறைக்கு அழைத்துச் சென்றிராவிட்டால் இரத்தக் கொதிப்பால் மாண் டிருப்பேன். என்னிடம் உயிரை வைத்திருப்பதாகக் கூறிக்கொண் டிருந்த குமுதா உலகநாதருடன் உல்லாச மாயிருப்பதை என் கண்களால் கண்டேன். சத்தியமாகச் சொல்கிறேன்; குமுதா ஒரு விபசாரி !

எந்தக் கண்கள் குமுதாவைக் கனிவோடு பார்த்தனவோ! அந்தக் கண்கள் இரத்த நிறமாக மாறிவிட் டன. எந்தக் கரங்கள் அவளது மேனியைத் தொடத் துடித்தனவோ! அந்தக் கரங்களே அவளை ஒடித் தெறியத் துடித்தன.

கண்ணம்மாவின் சமாதானத்தில் அடங்கினேன். கண்ணம்மாவுக்கு என் வாழ்க்கையைப்பற்றி இருக்கும் அக்கறை அந்தக் குமுதாவுக்கு இல்லையே! இல்லாவிட்டாலும் பரவாயில்லை. என்னை இளிச்சவாயனாக ஆக்கி விட்டாளே! இனிக் குமுதாவைவிட ஒரு வேசி உலகத்திலே பிறப்பாளா? பிறக்க முடியுமா? எனக்கு உயிரை அர்ப்பணிப்பேன் என்றாளே! உலகநாதருக்கு உடலை விற்றதை நான் நேரில் கண்டேனே! அதற்கு இனிச் சாட்சியா வேண்டும்?

மறுநாள் காலையிற் குமுதாவுக்குச் சரியான தண் டனை கிடைத்தது. அவள் செய்த குற்றத்தைக் கடவுள் பொறுப்பாரா? தெய்வமே சகிக்காத தவறையல்லவா அவள் செய்தாள்! அதற்குத் தெய்வம் தந்த தண்டனை சரியான தண்டனை. குமுதாவுக்குக் காலரா கண்டுவிட் டது. வாந்தி பேதிக்கு இலக்கானாள். அந்த வஞ்சகி! கருப்பு மனம் படைத்த அந்தத் தாசியின் ஆபாச வாழ்க்கை அழிந்தது, என் சாபம் என்ன சாமான்ய மானதா? ஏமாந்து போனவன் கொடுத்த

சாபமல்லவா? கைவிடப்பட்ட வீரனின் கோபாக்கினிக்கு அந்தக் கொலைகாரி இரையாக வேண்டியதுதானே நியாயம்! அவள் சாகும்போது நான் அருகில்தான் இருந்தேன். என்னை இரண்டு மூன்று முறை பார்த்தாள். நான் அந்த இராக்ஷசியின் முகத்தில் விழிப்பதே பாபம் என்று கருதி அந்த இடத்தை விட்டுப் போய் விட்டேன்.

பொழுது போவதற்குள் குமுதா போய்விட்டாள்.

என்னைக் கல்யாணம் செய்துகொண்டு ஊர்வலம் போகப் போகிறதாகச்சொல்லி, அதிலே தனக்கு ஆசை யிருப்பதாக நடித்த அந்த நாசக்காரி பாடையில் பவனி போனாள். அதைப் பார்த்து நான் மகிழ்ந்தேன்.

உத்தண்டி மாமா கதறினார். தெருவில் புரண்டார். பாவம், பெற்ற தோஷம்; புலம்பினார். அந்த விபசாரியை இவர் ஏன் பெற்றார்?

குமுதா இறந்துபோன அன்றிரவே நானும் கண்ணம்மாவும் ஒரு திட்டம் தயாரித்தோம். அதை அமுலுக்குக் கொண்டுவர அதுவே ஏற்ற நாளாயிற்று. அந்தத் திட்டந்தான் என்னை இவ்வளவு பெரிய அதிர்ஷ்டக்காரனாக ஆக்கிவிட்டது. இப்பொழுது என்னைப் பாருங்கள்! நான் வண்டிக்கார வீரனா?

வண்டிக்காரவீரன் தான்! என் உப்பைத் தின்றவன் தான் இந்த வேலை செய்துவிட்டான். அவனைக் கோபித் துக்கொண்டு பயன் என்ன? எல்லாம் அந்தத் தாடகை செய்த வேலை. கண்ணம்மா. என்னைக் கடவுளாகப் பாவிப்பதாகச் சொன்னாளே! அவளா இந்த வேலை செய்துவிட்டாள்? விபசாரி! வீரனுக்கும் கண்ணம்மா வுக்கும் எத்தனை நாள் தொடர்பு? ஒரு வேளை நான் குமுதாவைக் காதலித்தது அவளுக்குப் பிடிக்கவில்லையா? அதை என்னிடம் நேரில் சொல்லியிருக்கலாமே! நான் என்ன உலகத்திலே இல்லாத தவறு செய்துவிட் டேன்? ஊரார் மெச்ச வாழ்ந்த என் குடும்பத்தின் பரம்பரைப் புகழுக்கு இழுக்கு வந்து விட்டதே! அட கடவுளே!

'ஒருவேளை என்னைவிட வீரன் அழகு என்பது கண்ணம்மாவின் எண்ணமா? விகாரமாயிருப்பதற்காக நான் என்ன செய்ய முடியும்? நான் அழகு இல்லாதவன் தான்; ஒத்துக் கொள்ளுகிறேன். எனக்கு உணர்ச்சி யில்லை என்று யாராவது கூறமுடியுமா? கண்ணம்மா! உன்னை நம்பி இருந்தேனே! பெண் பிசாசே! பாம்பின் விஷத்தையும் நம்பலாம்; உன் பசப்பு வார்த்தையை நம்ப முடியாதபடி என்னை உனக்குப் பிடிக்கவில்லை யானால் அப்பொழுதே என்னிடம் சொல்லி யிருக்கலா மல்லவா கள்ளி! பாசமுள்ளவள்போல் நாடகம் ஆடினாயே, பத்திர காளி! உனக்குத் தெய்வம் நல்வழி காட்டுமா?

கண்ணம்மா

தெய்வம் காட்டிய வழிப்படித்தான் நான் நடக்கிறேன். அகல்யை செய்ததைவிட நான் என்ன அதிக அக்கிரமம் செய்துவிட்டேன்? தாரை செய்ததைவிட நான் செய்த தவறு பெரிதா ? அப்பேர்ப்பட்ட பார்வதியே பிரம்மாவிடம் ஏமாந்து விட்டாளே, உலகத்திலே நடக்கும் அத்தனை அக்கிரமங்களும் தெய்வங்கள் காட்டிய வழிகள் தானே.

உலகநாதர் என்னைக் கோபித்துக் கொண்டிருப்பார். என்னைத் துரோகி என்று கூறுவார்; விபசாரி என்று சொல்வார், எது வேண்டுமானாலும் சொல்லிக் கொள்ளட்டுமே! நான்கு வருடங்களாகச் செய்யாத காரியத்தை இப்பொழுது என்ன புதிதாகச் செய்துவிட் டேன்? வீரனுடன் வெளியூருக்குப் புறப்பட்டு விட்டதை வேண்டுமானால் புதிய காரியம் என்று சொல்லலாம். உலகநாதர் ஒழுங்காக நடந்து கொண்டாரா, நான் நடந்துகொள்ள? நான் ஒருத்தி இருக்கும்பொழுது இவருக்கு ஏன் குமுதாமேல் ஆசையும் மோகமும்?

அவர்களுக்கு தரகு செய்ய நானா ஆள்? வீட்டிலேயே இருந்து கொண்டு உலகநாதருக்கு மனைவியாக நடித்துக்கொண்டு வீரன் விருந்தில் நாளைக் கடத்த நான் எண்ணியதுண்டு. அதை கெடுத்தது என் கணவர் தானே! கணவன் என்ற பொம்மையாகவாவது அவர் இருந்திருக்கலாம். குமுதாவைக் கோரியதால் அந்தப் பதவியையும் இழந்து விட்டார், பாவம்! எனக்கு உலக நாதர் மேல் இரக்கம் எப்படிப் பிறக்கும்? பெண்ணினத்தைச்சேர்ந்த குமுதாவின் சாவுக்கே நான் தானே காரணமாயிருந்தேன்! குமுதாவை நான் அந்தப் பாடு படுத்தா விட்டால் வீரனின் விருந்து கிடைக்குமா? குமுதா இறந்த காரணம் உங்களுக்குத் தெரியுமா?

அன்றிரவு அவள் கற்பழிக்கப்பட்டாள். உலகநாதரின் வெறியின் முன் அவள் ஒரு பெட்டிப் பாம்பானாள். குமுதாவையும் வீரனையும் பிரிக்க நான் செய்த சூழ்ச்சியில்

வெற்றி பெற்றேன். உலகநாதரும் குமுதாவும் ஒரே அறையில் இருந்ததை வீரன் பார்த்தான்-பார்க் கும்படி நான் செய்தேன். மறுநாள் காலையில் குமுதாவுக்குப் பேதி கண்டது. காலரா என்று எல்லோரும் சொன்னார்கள். அவள் அவமானந் தாங்கமாட்டது வைரத்தைத் தின்றுவிட்டாள் என்பது எனக்கும் அவளுக்குமே தெரியும். எனக்கு எப்படித் தெரியும் என்று கேட்பீர்கள். என் வைர மூக்குத்தி தூளாக்கப்பட்டுக் கிடந்தது; அதிலுள்ள வைரத்தைக் காணவில்லை, நான் அந்தச் செய்தியை அப்படியே மறைத்து விட்டேன்.

குமுதா சாயங்காலம் இறந்துவிட்டாள். அப்பொழுதும் கல்மனங் கரையவில்லை. வீரன் குமுதா மேல் ஆத்திரமாக இருந்தானே தவிர, கொஞ்சங்கூடக் கவலைப்படவில்லை. அவனைக் கவலைப்பட நான் விடு வேனா?

வண்டிக் கொட்டகையில் ஒரு கடிதம் சொருகியிருந்தது. இது வீரனுக்குக் குமுதாவினால் எழுதப்பட்ட கடிதம். அதைக் கடிதம் என்றுகூடச் சொல்லமுடி யாது. குமுதாவின் வாழ்க்கைக் குறிப்பை அப்படியே தீட்டியிருந்தாள். பிறந்தது முதல், வைரத்தைச் சாப் பிட்டுச் சாகத் துணிந்தது வரை ஒன்றுவிடாமல் எழுதியிருந்தாள். அதை நான் எடுத்துப் படித்தேன். கிழித்து எறிந்ததோடு விடவில்லை. அடுப்பில் போட்டுச் சாம்பலாக்கி விட்டேன். வீரன் கண்ணில் அந்தக் கடிதம் அகப்பட்டிருந்து, அதிலுள்ள விஷயத்தை அவன் அறிந்திருந்தால் என்னைச் சித்திரவதை செய்திருப்பான். ஆனால், இப்பொழுது நான்தான் என் சிரிப்பால் அவனைச் சித்திரவதை செய்கிறேன்.

நானும் வீரனும் இப்பொழுது எங்கிருக்கிறோம் தெரியுமா? கல்கத்தாவில் நடக்கிறது எங்கள் வாழ்க்கை. குமுதா இறந்துபோன அன்று மாலையில் என் கணவர் கடை சம்பந்தமான வேலையில் எங்கேயோ போய்விட் டார். குமுதா இறந்துபோன கவலை வேறு அவருக்கு! அன்றிரவே நானும் வீரனும் வீட்டை விட்டுப் புறப் பட்டுவிட்டோம். நான் வரும்போது சுமார் பத்தாயிரம் ரூபாய் வரையில்

எடுத்துக்கொண்டுதான் புறப்பட்டேன். இரவே எங்கள் கிராமத்துக்கு அருகிலுள்ள ரயிலடிக்கு வந்துவிட்டோம். ரயிலடிக்கு வீரன் தான் வண்டியோட்டி வந்தான். அதோடு அவன் வண்டி யோட்டும் தொழிலுக்கு முற்றுப்புள்ளி வைக்கப்பட் டது. என்னுடைய வேதனை வாழ்வும் தொலைந்தது.

அந்த நடு நிசியில் வீரன் வண்டியை வெகு வேகமாகத்தான் ஓட்டிச் சென்றான். நான் அவனது தோளில் சாய்ந்திருந்தேன். குமுதா இந்தப் பாழும் சமுதாயப் பலி பீடத்திலே தன் உயிரைத் தத்தம் செய்த அதே நாளில் நாங்கள் எங்கள் இன்ப யாத்திரையை நடத்தினோம். எங்களுக்கு என்ன கவலை வந்து கிடக்கிறது.

வண்டி ஊரின் எல்லையைத் தாண்டிக்கொண்டிருந்தது. ஒரே இருள். அந்த இருளில் ஒரு பெரிய ஜோதி நிரந்தரமாக நின்று எரிந்துகொண் டிருந்தது. ‘அது என்ன வீரா?" என்று கேட்டேன். "குமுதாவின் பிணம் சுடுகாட்டில் எரிகிறது’’ என்று அலட்சியமாக அவன் பதில் சொன்னான். குமுதாவிடத்தில் அவனுக்கு எவ்வளவு அன்பு இருந்தது! நான்தான் அவனுக்கு மோட்ச சாம்ராஜ்யமாகி விட்டேனே! பாவம்!

அத்தானுக்காகச் சுமந்துகொண்டிருந்த உடல் அழுக்குப்பட்டு விட்டது. அதைத் தீயில் குளிப்பாட்டிக் கொண்டிருந்தாள் குமுதா. குமுதா உலகத்திலிருந்து மட்டுமல்ல; அவள் நம்பியிருந்த அத்தானின் இதயத்திலிருந்தும் பிரிந்துவிட்டாள். பரிதாபத்திற்குரிய சிறுமி!

எங்கள் வண்டி 'கடகட'வென ரயில் நிலையத்தை நோக்கி ஓடிற்று; குமுதா எரிந்துகொண் டிருந்த இடத்தை விட்டு வெகு தூரம் போய்விட்டது.

ஒரு நரியின் பயங்கரமான ஊளை சோகத்தின் உச்ச ஸ்தாயியை எட்டிற்று. இந்த உலகத்தில் குமுதா வுக்காக அந்த ஒரு ஜீவன்தான் அப்பொழுது அழுத்து போலும்!

குமுதா கிடக்கிறாள்; இனி எங்களைப் பற்றிக் கேளுங்கள். நாங்கள் ஏறிய ரயில் கல்ககத்தாவை நோக்கிக் கிளம்பிற்று.

எங்கள் கல்கத்தா வாழ்வைப்பற்றி ஒரு வார்த்தை! பக்தர்கள், சுத்த மூடர்கள்; இந்திர லோகத்தைக் காண எங்கேயோ போகவேண்டு மென்கிறார்களே, அசடுகள்! வந்து பார்க்கட்டும், கல்கத்தாவிலே எங்கள் வீடு இந்திர லோகமா யிருப்பதை! நான் இந்திராணி! வீரன் இந்திரன்! ரதியும் மன்மதனும் பாடங் கற்றுக் கொள்ள எங்களிடம் வரவேண்டும், தெரியுமா?

★★★

9 788198 443830